தன்னைத் தானே வரையும் தூரிகை

கவித்தாசபாபதி

டிஸ்கவரி புக் பேலஸ்

#6, மஹாவீர் காம்ப்ளெக்ஸ், முனுசாமி சாலை,
(பாண்டிச்சேரி கெஸ்ட் ஹவுஸ் அருகில்)
கே.கே.நகர் மேற்கு, சென்னை-600 078.
பேச : 044 48557525, +91 87545 07070

தன்னைத் தானே வரையும் தூரிகை
(கவிதைகள்)
ஆசிரியர்: **கவித்தாசபாபதி**©

Thannai Thaane Varaiyum Dhoorigai
(Poems)

Author: **Kavithasababathi** ©

Publisher : Discovery Book Palace
First edition : December - 2020
ISBN : 978-93-89857-50-4
Pages : 112

Book Design : Discovery Books Team

Discovery Book Palace (P) Ltd,
6, Mahaveer Complex,
Munusamy Salai, K.K.Nagar West,
Chennai-600 078.
Ph: +91 - 44-4855 7525
Mobile: +91 87545 07070
E-mail: **discoverybookpalace@gmail.com,**
Website: **www.discoverybookpalace.com**

Rs. 100

இந்த நூலில் பிரசுரமாகியுள்ள எந்த ஒரு பகுதியையும் பதிப்பாளரின் எழுத்து பூர்வமான முன்அனுமதி பெறாமல் எடுத்தாள்வதோ, மறுபிரசுரம் செய்வதோ, மொழியாக்கம் செய்வதோ, அச்சு மற்றும் மின்னணு ஊடகங்களில் மறுபதிப்பு செய்வதோ, காப்புரிமைச் சட்டப்படி தடை செய்யப்பட்டுள்ளது. இந்த நூலி லிருந்து குறிப்பிட்ட பகுதிகளை மேற்கோள்காட்டி புத்தக விமர்சனம் செய்ய, ஊடகங்களுக்கு மட்டும் அனுமதி உண்டு.

உங்கள் மொபைல் போனிலிருந்து ஸ்கேன் செய்து 'டிஸ்கவரி புக் பேலஸ்' மொபைல் ஆப்பை டவுன்லோடு செய்து, புத்தகங்களை வாங்குங்கள்.

தூரிகை

தூரிகையின் கதை

குறிஞ்சிச் செடி வேரு
ஊட்டி எந்தன் ஊரு

நான்
மலைப்பிரதேசத்து ஊமைக்குயில்

வண்ணத்துப்பூச்சிகளோடு வாழும்
வனவாசி

'கடவுளின் நிழல்களில்'
கண்ணுறங்குபவன்
கடவுளின் விழிகளில்
துயில் கலைபவன்

'இவர்களால் சிலிர்க்கும் இயற்கை'யின்
அடர்வனம்
'வேறு நிலாக்களின்'
வானம்

'எல்லா ம(னி)த நம்பிக்கைகளும்
பிறை சூடுகின்றன

இந்தப் பிறை
எல்லா ஊர்களிலும்
தென்னங்கீற்றிலிருந்து ஒரு
புறாவைப் போல விடுபடுகிறது
எல்லா வானங்களிலும்
எழிலாய் வளர்கிறது
எல்லாத் தனிமைகளிலும்
துணையாய் வருகிறது
எல்லா விழிகளிலும் கனவாய்,
எல்லா இருளிலும் ஓர்
ஒளி அரும்பாய்ப்
பூக்கிறது இந்தப் பிறை..!'
என்று,

'பிறைசூடும் வானங்களை'
விரித்தவன்

கரைகளில் உங்களைப்
பூமரங்களாய்ப் பூக்கவிட்டு
ஒரு நதியாக நீந்துபவன்

பூமி உருண்டையின்
கிழக்கு விளிம்பில்
ஓர் இருண்ட இரவிலிருந்து தோன்றும்
உருவமற்ற 'சித்திரக்காரன்'

தன்னைத் தானே வரையும்
தூரிகையாய் ... இதோ
உங்கள் வானில் உதிர்கிறேன்
ஓர் இறகாய்

இறகு

தெலுங்கு 'நானிலு' வகைமையைச் சார்ந்து தமிழில் கொண்டுவரப்பட்ட தன்முனைக் கவிதைகள் (Self Assertive Free Verses) பெரும்பாலும் ஹைக்கூ கவிஞர்களால் எழுதப்படுகின்றன. எனவே, இக்கவிதைகளில் ஹைக்கூ உணர்வுகள் மேலோங்கியிருக்கும்.

தெலுங்கு பல்கலைக் கழக முன்னாள் துணைவேந்தரும் சாகித்ய அகாடமி விருதாளருமாகிய முனைவர் கோபி அவர்களால் வடிவமைக்கப்பட்ட 'நானிலு' கவிதைகள், தமிழில் முதன் முதலாக மொழிபெயர்ப்பாளர் மற்றும் எழுத்தாளர் சாந்தா தத் அவர்களால் உலகத் தமிழ்ச் சிற்றிதழ்ச் சங்கத்தின் தலைவரான கவிஞர் வதிலை பிரபா நடத்தி வரும் 'மகாகவி' இலக்கியத் திங்களிதழில் அறிமுகப்படுத்தப்பட்டது.

முகநூலில் இக்கவிதைகளை எழுதத் தூண்டி, பாராட்டிச் செழிக்கவைத்த கவி நண்பர்களையும் இக்கவிதை வகைமையை வேரூன்றிக் காடு வளர்ப்பவரும் தமிழுக்கேற்றவாறு செப்பம் செய்து கவிப்பணி ஆற்றுபவருமான கவிச்சுடர் கா.ந. கல்யாணசுந்தரம் அவர்களையும் நேசத்துடன் இங்கு நினைத்துப் பார்க்கிறேன்.

நான்கு வரிகள் கொண்ட இக்கவிதை வடிவில் இரண்டாவது வரியில் ஒரு நிறுத்தம் இருக்கும். பின்னிரண்டு வரிகள் முதல் இரண்டு வரிகளின் தொடர்ச்சியாகவோ அல்லது முரண்பட்டோ அமைந்து சலனங்களை ஏற்படுத்தினால் அது ஓர் அழகிய தன்முனைக் கவிதை ஆகும். இந்நூலில் எளிய, இயல்பான, ஆனால் தரமான தன்முனைக் கவிதைகள் பூத்திருக்கின்றன என்ற நம்பிக்கை எனக்குண்டு.

'கடல் கடந்த கண்டத்தில் பணி புரிந்தாலும் ஊட்டி மலை வனவாசி என்பதே என் அடையாளம்' என்று வண்ணத்துப்பூச்சிகளுடன் ஒரு வனவாசி' நூலில் குறிப்பிட்டிருக்கிறேன். என் எல்லா நூல்களைப்போலவே இங்கும் ஒரு காட்டையே கட்டியிழுக்கும் அந்த வனவாசியின் பச்சைக்குரல் ஒலித்துக்கொண்டேயிருக்கும்.

கொஞ்சம் வலம் வந்து பாருங்கள்..! இங்கே அழகிய தரிசனங்களும் ஆன்ம சுகங்களும் கிடைக்கலாம்.

அட்லாண்டிக் பெருங்கடலிலோர் அழகிய மேற்கு ஆப்பிரிக்கத் தீவில், கொரோனா வின் கனமான காலத்தில் உதிர்ந்த இதமான இறகு இது. எனவே அதன் மனஓசையில் அப்பெருங்கடலின் அலையோசை கேட்கும்.

இந்த 'இறகு' வானில் தன்னை வரைந்து காட்டும். காற்றில் ஒரு ஜென்ம இசையெழுதி மீட்டும்.

'இறகைப் பற்றி எழுதிய வானங்கள்' இயக்குனர் அகத்தியன், கவிச்சுடர் கா.ந.கல்யாணசுந்தரம், கவிஞர் கோ.பாரதிமோகன், ஆகியோருக்கு மிகுந்த நேசத்துடன் நன்றி.

குறைகளைச் சுட்டிக்காட்டும் கருத்துகளுக் காகக் காத்திருக்கிறேன்.

கவித்தாசபாபதி

வண்ணங்கள்

தூரிகையொன்று தன்னைத் தானே
வானில் வரையும் அழகு
பறவையின் நினைவைச் சுமந்தபடியே
காற்றில் உதிரும் இறகு

இரவு ஒரு சுமைதாங்கி
அதில் என்னையே இறக்கி வைக்கிறேன்
காலை ஒரு பொற்சிறகு
அதை நாளில் கட்டிப் பறக்கிறேன்

காட்டுக்கோயில் திருவிழா
சிறகில்லாத் தேவதை
கோழியிறகு மகுடத்தில்
ஆதிவாசிப் பெண்

❖

முல்லை வனத்தில்
முளைத்தான் ஒரு யோகி
இல்லை வனமென்று
இடம் தேடும் யானைகள்

❖

நிலாவின் கீழ் வரைகிறேன்
வறண்ட நதியோவியம்
நிறமற்ற உயிர் கசிந்து
விசும்புகிறது தூரிகை

வந்து வந்து மொய்க்கும்
வேலைக்காரச் சொற்கள்
ராணித் தேனீயாய்க்
கவிதை உட்கார்ந்தால்

❖

சொற்களை விட உலகில்
சிறந்தது எதுவாக இருக்கும்
ஒலிகளிலேயே உன்னதமான
சொற்களைத் தவிர

❖

மௌனக் கடலுக்குள்
மூழ்கிப் பாருங்கள்
முத்துச் சொற்கள் அங்கே
முகிழ்ந்திருக்கும்

❖

பேரழகுச் சொற்கள் என்றும்
பேசப்படுவ தில்லை
அவை நழுவும்
விழிகளின் ஜாடையில்

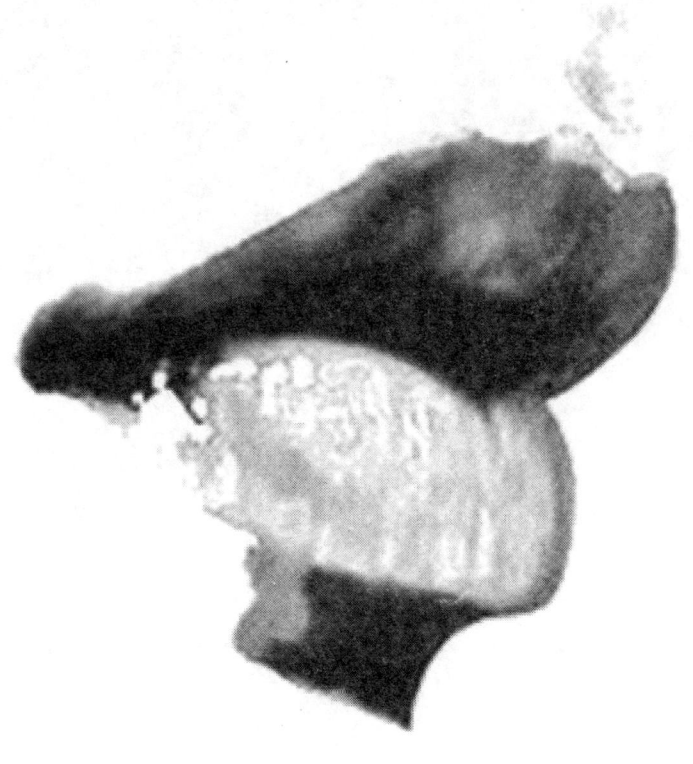

கண்களே அறியாமல்
கண்ணீர்த் துளிகள் உதிர்க்கும்
கன்னிதானம் செய்யும்
தந்தையின் சொற்கள்

சொற்கள் எல்லாம்
இரக்கமற்ற பிள்ளைகள்
உருவாக்கிய உதடுகளைப்
பிரிந்து செல்கின்றன

எங்கேயும் எப்போதும்
நான் என்ற கவனம்
ஒத்தையிலே போகவேணும்
காடு நோக்கிப் பயணம்

❖

கனவுகள் துரத்தாத
தூரத்து உறக்கம்
காட்டுமரம் பூத்தூவும்
கல்லறை வசந்தம்

குஞ்சு பொரிக்காத
பொன் முட்டைகள்
நதியெனும் நீர்ப்பறவை
அடைகாக்கும் கூழாங்கற்கள்

வீணையில் உருகும்
இசையென்ன இசை?
விரல்களில் பாருங்கள்
தெய்வ நடனங்கள்

❖

கவிச்சிலிர்ப்பு ஏற்படும்
கவிஞனின் கணங்கள்
ஆயிரம் வீணைகளை மீட்டும்
அவன் மன விரல்கள் (1995)

❖

தபேலாவின் தாளலயத்திற்கு
மாற்றி அமையுங்கள்
லப்டப் லப்டப் எனும்
இதயத் துடிப்பை

❖

இதய முயல்குட்டிக்கு
உண்ண எது வேண்டும்?
இசை வேண்டும், அன்பு
ரசம் வேண்டும்

வாழ்வு ஓர் இயல் அல்ல
வாசிக்க
அது ஒரு ஜென்ம இசை
நேசிக்க

மௌனம் அலறிக்கொண்டிருந்தது
மனதைத் தூக்கி நதியில் எறிந்தேன்
நிலா இரவு... குளிர்க் காற்று
எங்கோ குழலோசை

❖

மலர்கள் இங்கே
மௌனம் சாதிப்பதில்லை
பறிக்க வரும் விரல்களுக்காகப்
பாவமன்னிப்பு கேட்கின்றன (1994)

❖

வெள்ளைத்தாள் பேசுகிறது
எழுதப்படாத கவிதைகளால்
மௌனம் பேசுகிறது
எச்சில் படாத வார்த்தைகளால்

❖

பறவை கவனித்தலுக்கு (Bird Watching)
சிறு வனம் சென்று வந்தேன்
அவை என் மௌனத்தைக் கொத்திவிட்டு
கீச்சொலிகள் தந்தனுப்பின

மௌனத்தின் செவிகளுக்கு
எல்லாமே கேட்கும்
பறவையின் மொழி
இறைவனின் இதயம்

❖

மௌனமாய் நிற்கிறேன்
மயானத்தில்
கல்லறை யாவிலும்
உயிரின் ஓசை

வயிறுகளின் பள்ளங்களிலேயே முனகிச்
செத்துவிடாது பசி
புகைந்து புகைந்து, அது ஒருநாள்
புரட்சியை ஊதும் (1992)

❖

ஏழை என்றாலே
இருமித்தான் சாகவேண்டுமா
ஏன்
உருமிச் சாகக்கூடாதா? (1992)

பறவை உல்லாசமாகப் பறப்பது
உங்களுக்குத் தெரியும்
அது இரையின்றி அலைவது
பறவைக்குத்தான் தெரியும்

மை தொட்டுக் கொடு
ஒரு மனக்கவிதை எழுதுகிறேன்
பிறகு மெல்லப் பேசு
உன்னால் உறங்கிவிடுகிறேன் (1989)

❖

என் முகத்தில் சில
குங்குமக் கோடுகள்
சேவலின் அலகில்
பெட்டையின் இறகுகள்

❖

தரிசனம் முடிந்ததும் கோயில்
தரையில் அமர்கிறோம்
உன் கண்களில்
மீண்டும் துர்கை தரிசனம்

❖

குழந்தைகள் எப்போதும்
உன் கட்சிதான்
உங்கள் கொள்கைகள் எந்நாளும்
என் வெற்றிதான்

நடை சாத்தாத கோயில்
நம் வீடு
அதில் தெய்வம்
நீ, என் கிளிப்பேடு

தீர்க்கச் சுமங்கலியாய்க்
கண்மூட வேண்டுகிறாய்
உன் மடியில் என் மரணம்
கண்மலர வேண்டுகிறேன்

பாலூட்டியும் தாய்ப்பறவையும்
ஈனுகிறது அடைகாக்கிறது
பிரபஞ்சத்தின் தாய்மையில்தான்
கோள்கள் சுழல்கின்றன

தனித் தீவுகளுக்கு
அனுப்பி வைத்தார்கள்
கடவுள்களை யெல்லாம்
முதுமை என்னும் தோணியில்

❖

காப்பகத்தின் தாழ்க்கிளையில்
தொட்டில் கட்டின
ஊட்டி வளர்த்த குஞ்சுகள்
ஒதுக்கிய நினைவுகள்

❖

தாயுலகம் தாங்கி நிற்க
தவழும் பிள்ளைகள்
தாய்மைக்கும் பெண்மைக்கும்
எத்தனை தொல்லைகள்?

நீர்நிலையில் பாறை மீது
நனைந்திருக்கிறோம்
பறவை தலை துவட்டுகிறது
நீ சிறகுலர்த்துகிறாய்

❖

என்னுள்ளே இருக்கிறது
ஓர் ஒலியில்லா சப்தம்
நினைத்தாலே இனிக்கிறது
நீ தராத முத்தம்

❖

இரு மில்லிமீட்டர் விரியும் உன்
இதழ்கள், தாகக் கரைகள்
ஒரு நொடியில் பல கனஅடிகள்
அதில் ஓடிப்பெருகும் மோகநதி

❖

காதல் கனவுகள் நீலமாய் ஒளிரும்
கவிதைப் புத்தகம் கண்கள்
மன்மத ஓவியம் மயக்கும் அட்டை
மூடிய உன் கரு இமைகள்

வர்ணிக்க இயலாது, *வயலினால்
வாசித்துக்காட்டவும் முடியாது*
ஆராதனை மட்டுமே செய்யலாம்
அழகே உன் அழகை

உன் ஓரவிழிப் பார்வை
எழுதும் இசைக்குறிப்புகள்
அதில்தானே உருவாகிறது
நம் வாழ்க்கைப் பாடல்

எங்கேயும் எப்போதும்
என்னுள்ளே இருக்கிறான்
ஊட்டிமலை வனவாசி
என்னோடே வருகிறான்

❖

தங்க அட்டிகை இரவில் மின்னும்
காட்டுராணிக் கழுத்திலே
தூரத்து மலைச்சரிவில்
இருளர் வைத்த நெருப்பிலே

❖

அப்படி ஒரு ராஜ நடை
அதிலும் ஒரு தவ நெறி
என் மலையூர்த் தெருக்களைத்
தனிமையில் கடக்கும் காட்டெருமை

காட்டுப்பாறைகளை வேட்டு வைத்து
கருங்கற்கள் செய்கிறான்
அந்த முனிசாமிக்குப் பற்றவைக்க
ஒரே ஆயுதம் பீடிதான்

❖

புல்லாங்குழலிசை கேட்கும்போதெல்லாம்
பசுமையாய் விரிகிறது
'மாயாறு' நதியோரம் யானைகள்
முறிக்கும் மூங்கில் காடு

இமையும் சுமையாகும்
இரவு மிகக் கொடிது
இதயத்தை இறக்கிவைத்தால்
இரவு மிக இனிது

❖

இருளே நீயேன்
தூங்காமலிருக்கிறாய்?
தாய் நான், ஒளியைத்
தாலாட்டிக்கொண்டிருக்கிறேன்

❖

மலர்களின் வேர்கள்
மண்ணில்
வெளிச்சத்தின் வேர்கள்
இருளில்

❖

இருள் தேசத்தில்
தெருவிளக்குகள் காவலாளிகள்
மின்மினிகள்
ஒற்றர்கள்

❖

நீலநிறப் பூக்கள் ஏற்றிய
கனவுப்படகுகள் வரும்
இரவின் கடற்கரையில்,
கடத்தல் படகுகளும் வரும்

❖

இரண்டு மொழிகளை
விழிகளால் கேட்கிறேன்
இருளைப் பேசும் சுடர்
ஒளியைப் பேசும் உயிர்

❖

எந்த ஊரிலும் இரையெடுப்பதில்லை
எந்தக் கிளையிலும் இளைப்பாறவில்லை
இரவு பகலெனும் இரு சிறகாடி
எழிலாய்ப் பறக்கும் காலப்பறவை (1997)

என்மேல் ஓர் இறகுதிர
கண் விழித்தேன்
அது, கனவுப்புறா
சிறகுதிர்த்துப் போயிருக்கும்

❖

போர்வையை வானமாய்த்தானே
போர்த்திப் படுக்கிறேன்
பின் ஏன் பாதாளக்குகைகளில்
படபடக்கிறது கனவுப்பறவை?

❖

கனவுக் கிளி
பழம் கொத்துவதில்லை
அது சுவைப்பது
காதலை மட்டுமே

❖

கனவுகள் விற்கிறேன்
யாரும் வாங்குவதில்லை
ஆனாலும் என்
கனவுகள் தூங்குவதில்லை

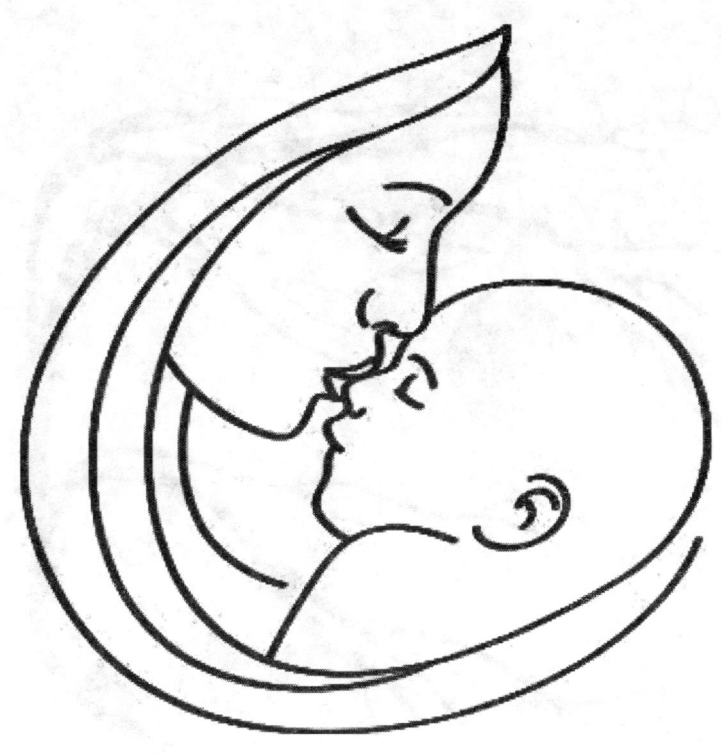

எனக்கென்று இல்லை
ஒரு கனவும்
என் கவிதைக்குண்டு
கோடிக் கனவுகள்

ஜனனம் தாயின்
கனவின் உயிர்
மரணம் என்பது
உயிரின் கனவு

காய்ந்த நிலா மறுபடியும்
குளிக்க வரும்
வறண்ட இந்தக் குளம்
ஒருநாள் நிரம்பிவிடும்

துளித் தண்ணீரில்
குளிக்கிறது சிட்டுக்குருவி
பின், திசைகளை அழித்துவிட்டுச்
செம்மாந்து பறக்கிறது

❖

தென்னை இருந்தும்
தெருவெல்லாம் மரமிருந்தும்
என்னை வந்து பார்க்கும்
என் ஜன்னல் குருவி

❖

காவல் இருந்து முற்றத்தில்
விரட்டியதொரு காலம்
கைநிறைய தானியம் இரைத்தாலும்
காணவில்லை குருவிகள்

❖

குருவி என்றால்
எனக்கு உயிர்
என் உயிர் ஒரு
சிறு குருவி

குரங்குக்கு உச்சாணிக்
கொம்பே சுகம்
அங்குதான் அது தூங்கும், தாவும்,
பெண்குரங்கின் பேனெடுக்கும்

❖

கிளைகளை அசைத்துவிட்டுத்
தாவின வானரங்கள்
உச்சங்கொம்பு இலைகள் மேல்
ஊஞ்சலாடும் காட்டுப்புறாக்கள்

❖

காடுகளில் விளையாடும் குரங்குகள்
காணப் பொறுக்கவில்லை
கார் ஜன்னல்களைப் பார்த்து
கையேந்தி நிற்பதை

❖

நிலவை ஒருபோதும்
தொட்டதில்லை விண்மீன்கள்
அதை முத்தமிட்டு முத்தமிட்டு
விளையாடும் நதிமீன்கள்

❖

பள்ளத்தாக்குப் பூக்கள்
பறிக்க ஆளேயில்லை
பச்சைமலைச் சாலையில் நின்று
பறிக்கின்றேன் கண்களால்

பாறைகளில் மோதித் தன்னையே
துவைக்கிறது காட்டோடை
என்னை நான் வெளுக்கிறேன்
தன்முனைக் கவிதைகளில்

தண்ணிரவு... தொலை தூ........ரம்
திரும்பிச் செல்கிறேன்
குன்றுகளுக்கு அப்பால்
பல நிலவுகளுக்கு முன்பு

(Many moons ago)

உச்சிமலையைச் சீவியவாறு
உஸ்ஸ்ஸ்ஸென்று பாய்கிறது காற்று
அந்தக் காட்டுவெளிக்குக் காது கொடுங்கள்
கேட்கும் யுகங்களின் பாடல்

❖

ஆடாத ஊஞ்சல்களில் ஆடுகிறாள்
சூடாத காட்டுப்பூச் சூடுகிறாள்
நிசப்த ராகத்தில் பாடுகிறாள்
நீலக் கனவாய் வனதேவதை

❖

காட்டுவாசிப் பூர்வக் குடிக்குக்
காடுதான் கடவுள்
காட்டுக்கு ஆதிக் காட்டுக்குக்
காட்டுவாசிதான் கடவுள்

❖

காலங்கள், காட்சிகள் மாறும்
கண்களே சாட்சிகளாகும்
ககனம் முழுதும் இனி பார்
காடுகளே மேவும்

உலர்த்துகிறாள்
மலைக்காட்டுக் கிழவி
வெள்ளை மயிர்க்
கூந்தலருவி

❖

தானாய்ப் பிறந்து வளர்ந்தாள்
பச்சைக் கிழவி
தாயில்லாத் தேவதைகளை வளர்த்தாள்
அந்தக் காட்டுக்கிழவி

❖

காட்டுக் கிழவியின் மடியில்
தவங்கள் கண்ணுறங்கின
காட்டுக் கிழவியின் வழியில்
தெய்வங்கள் நடந்து சென்றன

❖

எத்தனை பேர் உரித்தாலும்
பச்சைத்துகில் நீளும்
காட்டுத்தாயின் மூச்சின்றி
உயிர்கள் எப்படி வாழும்?

❖

காலங்கள் நடப்பதெல்லாம்
காடுகளின் ஆசிதானே
காடுகளை அதிர வைத்தால்
காலங்கள் நாசம் தானே?

பால்ய நினைவுகள்
இன்றும் உருண்டோடும்
பச்சை நீல வண்ணக்
கண்ணாடிக் கோலிகளாய்

❖

புறாக்கள், மைனாக்கள், தூக்கணாங்குருவிகள்
இன்னும் உண்டு எம்மூரில்
காணாமல் போனதெல்லாம்
தாவணிப் பறவைகளே

❖

மலைப்பிரதேசத்து ஊமைக்குயில்
எனக்கு இரண்டு காதலிகள்
ஒன்று, கிராமதேவதை
இரண்டு, வனதேவதை

வல்லரசுக் கனவு காண்பதென்றால்
தாலாட்டுப் பாடவேண்டும்
தேசமே நீ கட்டவேண்டிய தூளி
வயல்வெளியின் மரக்கிளையில்

கண்ணீரும் முழு அடைப்பில் (Lock down)
கண்ணுக்குள்ளேயே நிற்கிறது
பெருக்கல் கணக்குப் போட்டுப்
பெருகும் கொரோனாவால்

❖

காலத்தின் பேரேட்டில்
கொடுந்துயர் பக்கங்கள்
கண்ணுக்குத் தெரியாக்
கிருமியின் யுத்தங்கள்

❖

மண்ணின் வனங்களெங்கும்
அணுகுண்டுகள் அடைகாக்கப்பட்டிருந்தன
ஒரு நுண்ணுயிரியால் அனைத்தும்
நீர்த்து போய் விட்டது

❖

பேரிடர்கள், பெருந்துயர்கள்,
தீநுண்மிகள், உலக அச்சுறுத்தல்கள்
ஒவ்வொரு அத்தியாயத்திற்குப் பிறகும்
தன்முகம் காட்டும் மனித முகம்

❖

காலம் எனையுன்னிடம் சேர்க்குமோ சேர்க்காதோ
கவிதை நூல் இரண்டை அச்சேற்றிவிடு
கொரோனாவின் உச்ச நாளொன்றில், கடல்
கடந்திருக்கும் நான் மனைவியிடம் சொன்னது

❖

மூன்றாம் உலகப்போர்
முடிந்துவிடும்
உலகம் இதையும்
கடந்துவிடும்

நெருக்கம் அதிகம்
நினைக்க நினைக்க
தூரம் அதிகம்
அணைக்க அணைக்க

❖

நம்மைப் பிரித்திருப்பது
ஒரு பெருங்கடலும் இரு கண்டங்களும்
நம்மை இணைத்திருப்பது
இரு மனமும் ஒரு கனவும்

❖

அட்லாண்டிக் பெருங்கடலிலோர் அழகிய
ஆப்பிரிக்கத் தீவில் நான்
நம்மைப் பிரித்து வகுக்கும் கணக்கில்
மீதியற்ற ஈவு நீ

கோயிலுக்குப் போகிறாய்
மல்லிகை மலர்களுடன்
கூந்தலில், அர்ச்சனைக்கிண்ணத்தில்,
குறும்புன்னகையில்

❖

நவ கிரகங்களைச்
சுற்றி வருகிறாய்
உனைச் சுற்ற தவித்துத்
திகைத்திருக்கும் கிரகங்கள்

❖

கோயில்மணி பூத்திருக்கு
நாத மலராக
குலமகளின் விரலில் சிந்தும்
தேவ மதுவாக

❖

திரும்பி வரும்போது
தீண்டாமல் வருவதில்லை
தூர விரல்களால்
கோபுரக் கலசத்தை

❖

என் காலங்கள்
இசைக்கின்றன
உன் கால்களில்
கொலுசு கட்டி

❖

கடவுள் மிகவும்
இனிப்பானவன்
கௌசல்யா தரும்
கோயில் பிரசாதத்தில்

நீருக்குள் ஓடும்
நெருப்பு நதி
ஏரியில் கரையும்
பொன்னந்திச் சூரியன்

❖

நிழல் தன் பிம்பத்தை
ஒளியில் பார்க்கிறது
ஒளி தன் பிம்பத்தை
இருளில் பார்க்கிறது

❖

நிழல்களுக்கும் உண்டு
நிறங்கள்
ஜென்மங்களின் நிழல்களாய்
வண்ணக் கனவுகள்

❖

கற்பூர மரங்களும் காதல் படகுகளும்
அழகு பார்க்கும் ஏரி
அதில் தன் முகமும்
பார்க்கிறது வானம்

❖

நான் ஒன்றும்
அவ்வளவு கறுப்பில்லை
என் முகத்தில் படர்ந்திருப்பது
சூரியனின் நிழல்

அச்சு இயந்திர
அணை திறக்கிறது
அங்கு பாய்கிறது
காகித வெள்ளம்

❖

ஒவ்வொரு சொல்லும்
ஓர் அலை
புத்தகம் ஒரு
புண்ணிய நதி

❖

கரை கட்டி நடப்பதில்லை
காதல் நதி
கடல் சென்று சேர்வதில்லை
கால நதி

❖

நான் ஒரு நதி
என் மீதே ஓடுகிறேன்
நான் ஒரு நதி
என்னிலே கலக்கிறேன்

நட்சத்திர விட்டில்கள்
நெருங்குவதே இல்லை
ஏனெனில், நிலவு
ஒரு குளிர்விளக்கு

கவிதை கவிதையாகவே இருக்கும்
என் கவிதை பிடிக்கவில்லை
கவிதை சித்திரமாகவேண்டும்
சித்திரம் மீட்டவேண்டும்

❖

கவிதை கவிதையாகவே இருக்கும்
என் கவிதை பிடிக்கும்
என் கவிதை பிடிக்காத
உங்களையும் எனக்குப் பிடிக்கும்

❖

காடு வளர்க்கிறேன்
கவிதைக் காடு
காட்டு மூலிகையை நீங்கள்
கண்டெடுக்கும் வரை

❖

கொட்டும் மழையின் சத்தம்
கொர் கொர் என்னும் தவளை
குழந்தைப்பாட்டு இசையில் உள்ளது
என் விருட்சத்தின் வேர்

பவ்யமாய் உட்கார்ந்திருக்கும்
பச்சைத்தோல் யானைகள்
பல யுகங்களின் தவங்களாய்
தூரத்து மலைத்தொடரில்

ஆசைப்படுங்கள் தோழர்களே
ஆசைப்படுங்கள்
ஆசை இல்லாமல்
புத்தன் தோன்றியிருக்கமாட்டான்

❖

அலைகளை மோதவிட்டு
ஆர்ப்பரிக்கும் காற்று
ஆசையாய் நுழைகிறது
மூங்கில் துளைகளில்

❖

செடிகளின் ஆசை
மலர்களாய்ச் சிரிக்கிறது
அவ்வளவு குளிர்ச்சியாக
அவ்வளவு ரம்மியமாக

❖

மழை, மேகத்தின்
குணமல்ல... ஆசை
கன்னிகா ஸ்திரீக்கு
கருணையே ஆசை

❖

அழகான உணர்வுகளின்
இழைகளால் கட்டுங்கள்
ஆசை என்பது
உயிரின் ஊஞ்சல்

❖

உயிருக்கு இப்போதெல்லாம்
ஒரே ஆசை
உறங்கி விழித்ததும்
உயிரோடு இருக்கவேண்டும்

கடுந்தவங்கள் பல வென்றும்
கிடைக்கவே இல்லை
பணிவு தந்தது கௌசிகனுக்கு
பிரம்மரிஷி பட்டம்

கடவுள் கற்பனை செய்தான்
உலகைப் படைத்தான்
மனிதன் கற்பனை செய்தான்
உலகை மாற்றியமைத்தான்

❖

பழங்களின் முந்தைய
பரிணாமம் பூக்கள்
இலட்சியங்கள் முன்னர்
அரும்பிய கற்பனைகளே

❖

கற்பனைகள் இல்லையென்றால்
கவிதைகள் உலர்ந்துவிடும்
கவிதைகள் இல்லையென்றால்
வாழ்க்கை உலர்ந்துவிடும்

❖

மேடைகட்டி முழங்குகிறார்கள்
'கடவுள் ஒரு கற்பனை'
கடவுள் கற்பனையெனில்
கற்பனையே கடவுள்தான்

என்னதான் ஆனாலும் ஆகட்டும்
என்னுயிர் ஊட்டியில் போகட்டும்
என்னுயிர் போனாலும் போகட்டும்
என் பேய் ஊட்டியில் உலவட்டும்

முற்றத்து இளங்காற்றில்
மனம் புகும் அரசி
தீர்த்தத்தில் கடவுளின்
முத்தம் தரும் துளசி

❖

வாய்ப்புண்ணுக்கு மெல்லவேண்டும்
புற்றுநோய் தடுக்க பருகவேண்டும்
மனதிலும் மனையிலும் மாசகற்றும்
மகத்துவம் அன்றோ துளசி

❖

வேப்ப மரம்
குயிலுக்குச் சொந்தம்
அதன் வாசனை
உயிருக்குச் சொந்தம்

❖

மிளகு இஞ்சி மஞ்சள் கருஞ்சீரகம்
முத்துச் சுளைகளாய்ப் பூண்டு
அடுப்படியில் இருக்கிறது
ஆயுர் வேதம்

❖

படுத்தும் வெயிலுக்குப்
பழைய சோறு
எல்லாக் கிருமிக்கும்
எலுமிச்சைச் சாறு

❖

கீரைவகை நாள்தோறும் உண்பவர்கள்
கொடுத்து வைத்தவர்கள்
காட்டு மூலிகைகளைக் கண்டவர்கள்
கடவுளைக் கண்டவர்கள்

தேவதைகள் ஏன்
வெள்ளையுடை பூணுகின்றன?
எங்கேயும் எப்போதும்
அவை செவிலியர்கள்

தோட்டப் பெண்டிரின்
தேநீர் தாகம்
தீர்க்கவில்லை ஒருநாளும்
தேயிலைச் செடிகள்

❖

கிரகப்பிரவேசத்திற்கு வரவில்லை
கொத்தனார்களும் சித்தாள்களும்
சுவர், செங்கல்களிலெல்லாம்
அவர்களின் ரேகைகள்

❖

மூல விக்ரகத்துக்கு
நினைவில்லாமலா இருக்கும்
தன் கண்திறந்த
சிற்பியின் விரல்கள்?

❖

வசந்தங்கள் ஞாபகம்
வைப்பதில்லை
தமக்காகவே முன்னர்
உதிர்ந்த மலர்களை

பூமி ஒருநாள் நின்றுவிட்டால்
இறைவன் என்ன செய்வான்?
உழைப்பாளர்களைக் கூப்பிட்டு
நெம்பிச் சுழலவைப்பான்

இதயத்தில் இறங்கும்
கண்ணீரின் வேர்கள்
விழிகளில் துளிர்விடும்
அதன் பூக்கள்

❖

பசியின் பாடலைப் பாட
இதுவரை ஒரு ராகம் பிறக்கவில்லை
கண்ணீரை மொழிபெயர்க்க
இதுவரை ஒரு மொழி தோன்றவில்லை

❖

ஊர் விட்டு ஊர் வந்து
உழைக்கும் உயிர்கள்
ஒரு நெறியில்லா ஊரடங்கில்
கருகிய பயிர்கள்

2020

❖

அன்பை, அவலத்தைக்
கண்ணீர் சொல்லிவிடும்
விரக்தியை வறண்ட
விழிகளே சொல்லும்

❖

காலங்களின் கண்ணீர்
தவிர்க்க முடியாதது
ஆனால் அதன் கண்கள்
இப்போது வறண்டிருக்கிறது

உயிர் எப்போதும்
இரவுகளில் உறவாடும்
உறக்கமெனும் ஊமை
தேவதையுடன் உரையாடும்

❖

கனவுகள் ஒருபோதும்
கதவு தட்டுவதில்லை
திறந்தே படுத்திருக்கும்
தூக்கம்

❖

பனி தூங்கும் இரவில்
மலர் தூங்கும்
மலர் தூங்கும் சுகத்தில்
குளிர் தூங்கும்

❖

சூரியக் கதிர்களும்
சிலிர்க்கும் அதிகாலை
குஞ்சுகளை மூடித் தூங்கும்
பனிப்பறவை சிறகுதறுகையில்

❖

தூங்கும் மனைவிக்கு இடும்
மென்முத்தத்தில் படிகிறது
தீராத கொள்ளைக்
காதலின் தாய்மை

❖

வாழ்க்கையை எப்படி
வெறுக்க முடியும்
பஞ்சுமெத்தைத் தூக்கத்தை விட
பாய்த்தூக்கம் சுகமாகும்போது?

சத்தத்தை எதிரொலியாய்த்
தருகிறது மலைவனம்
முத்தத்தை அப்படியே
திருப்பித் தரும் செம்பவழம்

❖

முத்தமெனும் மோக
நதியின் சுழல் - அதில்
மூழ்கிவிடுகிறது இரு
உயிர்களின் ஓடம்

❖

மனங்களும் மொழிகளும்
மார்க்கங்களும் மாறிவிட்டன
மாறாமல் இருக்கிறது
ஆதி முத்தம்

❖

காலமெலாம் காதல் முத்தம்
புண்ணியம் கொள்கிறது
அதற்காகவே முதல் முத்தம்
பாவத்தைக் கடித்தது

❖

கடவுள்கள் தரும்
நெற்றி முத்தம்
குழந்தைகள் தரும்
கடவுளின் முத்தம்

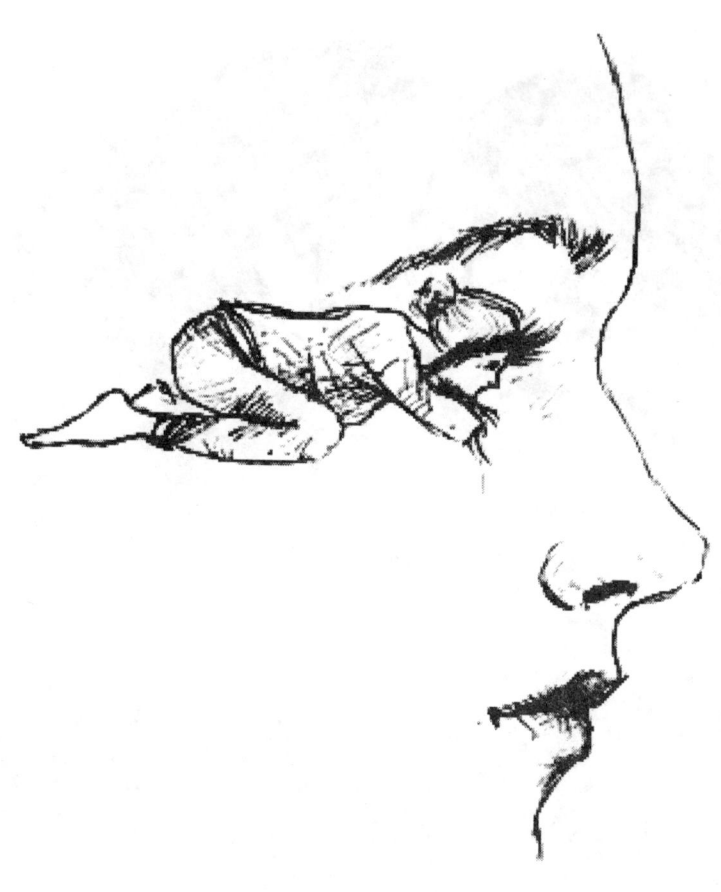

மன அறைக்கு
கதவு இல்லை - அது
மூடித் திறக்கும்
கண் ஜன்னலை

மலை, மௌனம் கசிகிறது
அப்பாவைப் போல
அலை, வந்து வந்து அணைக்கிறது
அம்மாவைப் போல

❖

காற்றைக் கோதுகிறதா
இரு தலைச் சீப்புக் கீற்று?
கீற்றைச் சீண்டுகிறாதா
ஒரு தலைக் காதல் காற்று?

❖

கடலெனும் அகன்ற
அலையிறகுச் சிறகுகள்
சுற்றிச் சுற்றி சூரியனை
வட்டமிடும் பூமிப்பறவை

தம்மைத் தாமே தனிமைப்
படுத்தியிருக்கும் ரகசியங்கள்
மனக்கூட்டுக்குள் புழுக்களாய்
நெளிகின்ற பாவங்கள்

❖

பாவங்களை யாரும்
சுமக்க விரும்புவதில்லை
பாவங்களே நம்மைச்
சுமக்க வைத்திருக்கிறோம்

❖

சிறு சிறு பனித்துளிகள்
பூமியின் முகம் துடைக்கலாம்
சிறு சிறு தர்மங்கள்
பாவங்களைக் கழுவலாம்

❖

புரிந்தோ புரியாமலோ
படிந்துவிட்ட கறைகள்
கருணையாய் வடிந்தால்
கரைந்தோடும் பாவங்கள்

வானம் வசப்பட
சிறகு வேண்டும்
சிறகு முளைக்க
ஓட வேண்டும்

❖

சிறு கோப்பைத் தேநீரில்
முழு வானம் விழுகிறது
ஒரு கண மனச்சிலிர்ப்பில்
எழில் வாழ்க்கை நிறைகிறது

தூரிகை விரல்கள்
தொடாத ஓவியங்கள்
சுவற்றில் எழுதும்
நிழல்களின் காவியங்கள்

வாழ்க்கை எப்போதும்
ஓடிக்கொண்டே இருப்பதில்லை
ரசித்து அழைத்தால்
உன் ஊஞ்சலிலும் உட்காரும்

❖

மாடத்து ஊஞ்சலில்
மனம் லயித்து வாசிக்கிறேன்
காற்றோ கவிதையோ அனிச்சையோ
ஊஞ்சலை ஆட்டுகிறது

❖

நெட்டி முறிக்கும் விரல்கள்
மௌனம் பருகும் இதழ்கள்
சோம்பல் முறிக்கும்
சாந்த நினைவுகள் சுகமானவை

ஒவ்வொரு நிஜத்திற்கும்
உண்டு ஒரு நிழல்
ஒவ்வொரு கண்ணிலும்
உண்டு ஒரு கதை

❖

பழைய மாணவன் ஒருநாள்
பார்த்துவிட்டான் தொலைத்த சிரிப்பை,
பையனைச் சேர்க்க வந்த
கல்லூரி வாசலில்

❖

திருவிழா முடிந்ததும் மனதைத்
திடலாக்கிப் போகிறார்கள்
அம்மாக்கள் ஆனாலும்
அம்மாக்களின் தேவதைகள்

அன்பைத் தோழமையில் குழைந்து
அதட்டித் தந்துவிடுகிறார்கள்
அம்மாவுக்கும் மேலாக
சில அண்ணிமார்

❖

மான்களை ரசிப்பவர்கள்
மான்கள் ஆகவும் வாய்ப்புண்டு
தாகம் தணிக்க உறவுத்
தடாகம் நமக்குண்டு

❖

மனம் வெறுமையில் தொலையும்போது
படைப்பாளியிடம் வருகிறது
முகம் தெரியா வாசகன்
அனுப்பிவைத்த மனம்

❖

சில நேரங்களில்
சில ஆறுதல்கள்
நன்றிக்குரியவை அல்ல
வணக்கத்திற்குரியவை

ஒவ்வொரு நாள்மலரிலும்
தேனாய்ச் சூல் கொள்கிறேன்
வாழ்க்கை என்னைச் சுவைக்கிறது
ஒரு அழகிய பொன்வண்டாய் (2013)

பேருந்து போல் முன்னோக்கியோடும்
பந்தயக் காலம்
மரங்கள் போல் பின்னோக்கியோடும்
பழைய வசந்தம்

❖

எப்போதும் என் அறிவின்
விழுதுகள் இறங்கும்
அம்புலிமாமா காலத்து
அடிநாளின் நினைவுகளில்

❖

எந்த ஆடை உடுத்தினாலும்
மனம் நிர்வாணம்தான்
நவீனத்தின் முகமூடி பூண்டாலும்
ஆதிமனிதன் நான்

ஒரு காட்டுப்பூ
மலர்க் கண்காட்சியில்
ஏதோ நானும்
கவிஞர்களின் பொன்னுலகில்

❖

என்னிடமுண்டு யாராலும்
எழுதப்படாத ஒரு கவிதை
எந்நாளும் அதை நான்
எழுதாமல் வைத்திருக்கிறேன்

இறகைப் பற்றி
எழுதும் வானங்கள்

இறகு எழுதி
சிறகு முளைத்த கவிதைகள்

இயக்குனர்
அகத்தியன்

வாழ்வு ஒரு இயல் அல்ல
வாசிக்க
அது ஒரு ஜென்ம இசை
நேசிக்க

கவித்தாசபாபதி, தன்னையே ஒரு தூரிகையாக்கி, தன் அனுபவங்களை வண்ணங்களாக்கி, 'தன்னைத்தானே வரையும் தூரிகை' என்று எழுத்தோவியக் கவிதைகளை வரைந்திருக்கிறார் இந்தக் கவிதைத் தொகுப்பில்.

இந்த ஓவியக் கவிதைகளை, எழுத்துக்களை நேசிக்கும் இனிய நண்பரும் புத்தக வெளியீட் டாளருமாகிய வேடியப்பன் அவர்கள் தனது டிஸ்கவரி புக் பேலஸ் மூலம் வெளியிட்டு நம் சிந்தனைக்குச் சிறகு கட்டிவிட்டிருக்கிறார்.

இவை தன்முனைக் கவிதைகள். அதற்கான விளக்கத்தைத் தன் முன்னுரையிலேயே கொடுத்திருக் கிறார் கவிஞர்.

ஒரு இறகு தூரிகையாகி வானில் வரையும் ஓவியங்கள் இந்தக் கவிதைகள்.

எனக்கென்று இல்லை
ஒரு கனவும்
என் கவிதைக்குண்டு
கோடிக்கனவுகள்

என்று தன் கவிதைகளை அறிமுகப் படுத்துகிறார்.

கவித்தாசபாபதி ● 89

இவரின் இந்தக் கவிதைகளுக்கான கோடிக் கனவுகள் யாவை?

இவரது மனம் காடுகளைத் தேடுகிறது.

தன்னை 'மலைப் பிரதேசத்து ஊமைக்குயில்' என்று அழைத்துக்கொள்கிறது.

அழிக்கப்படும் காடுகளுக்காகவும் இடம் பெயர்ந்து இடம் தேடும் வன உயிர்களுக்காகவும் ஒரு ஊமைக்குயிலாய்த்தான் தன்னால் இசைக்க முடிகிறது என்று ஆதங்கப்படுகிறது.

அந்த ஆதங்கத்தில் இந்த இறகு ஓர் ஓவியத்தை வரைந்து உங்கள் முன் வைக்கிறது.

முல்லை வனத்தில்
முளைத்தான் ஒரு யோகி
இல்லை வனமென்று
இடம்தேடும் யானைகள்

முல்லை வனம்
ஒரு யோகி
அவன் முளைத்தான்
இல்லை வனம்

ஆண்டாண்டு காலமாய் முளைத்துக்கிடந்த ஒரு முல்லை வனத்தை, ஒரு மனிதன் முளைத்து அழிப்பதென்றால் அவனை விதைத்தது யார்?

வேறு யாருமல்ல... நாம்தான்!

இந்தக் கவிஞன் மட்டுமல்ல... நாமும் ஊமைக் குயில்கள்தான். அதனால்தான் இந்தக் கவிதைகள் நமது கவிதைகள் ஆகின்றன.

இந்தக் கவிதைகளைப் படிக்கும்போது ஒவ்வொருவரும் ஓர் இறகாய் மாறிவிடுவோம்.

தன்னைத் தானே வரைந்து கொள்வோம். அதுதான் கவிஞர் கவித்தாசபாபதியின் வெற்றி.

இவரது பார்வையில் கவிதை என்பது ஒரு ராணித்தேனீ. சொற்கள், வேலைக்காரத் தேனீக்கள்.

வந்து வந்து மொய்க்கும்
வேலைக்காரச் சொற்கள்
ராணித்தேனீயாய்க்
கவிதை உட்கார்ந்தால்

இந்தப் புத்தகம் முழுவதிலும் ராணித் தேனீக்களாய்க் கவிதைகளும், வேலைக்காரத் தேனீக்களாய்ச் சொற்களும் தேன்கூடுகள் கட்டிவைத்திருக்கின்றன.

இதோ ஒரு அழகிய காட்சி இவரது மனதுக்குள் ராணித்தேனீயாய் அமர்கிறது.

காடும், காடு சார்ந்த நிலமும், ஒரு மலையும், அதிலிருந்து விழும் அருவியும்தான் அந்தக் காட்சி.

நாம் கண்ட காட்சிதான். இவருக்கு மட்டும் இந்தக் காட்சி ஒரு ராணித்தேனீ.

அந்த மலையும் வனமும் ஒரு பெண். காலம் கடந்து நிற்பதால் அவள் கிழவியாகிவிட்டாள்.

அந்த அருவி என்னவாயிற்று?

உலர்த்துகிறாள்
மலைக்காட்டுக் கிழவி
வெள்ளை மயிர்க்
கூந்தலருவி.

❖

வயிறுகளின் பள்ளங்களிலே முனகிச்
செத்துவிடாது பசி
புகைந்து புகைந்து அது ஒரு நாள்
புரட்சியை ஊதும்

என்ற இவரது சொற்களுக்குள்தான் எத்தனை வலிமை!

இவரது வேலைக்காரச் சொற்கள் புரட்சிக்கு நெருப்பூதுகின்றன.

இவரும் ஒரு வேலைக்காரச் சொல்லாகத்தான் இருக்கிறார். அதனால்தான்,

ஏழை என்றாலே
இருமித்தான் சாகவேண்டுமா?
ஏன்
உருமிச் சாகக்கூடாதா?.

என்று ஒரு கேள்வியை வைக்கிறார்.

சமூகத்தின் வேலைக்காரர்களிடம் இருந்து மட்டுமே வேலைக்காரச் சொற்கள் பிறக்கும். அது பணக்காரச் சொற்களுக்கெதிராய்ப் புரட்சி ஓவியம் வரையும்.

ஒரு ராணித்தேனீ தலைமையில் வேலைக்காரச் சொற்கள் ஊமைக்குயிலைப் பாடவைத்து, முல்லைவனம் அழித்த யோகியை வெல்லமுடியும் என்பதுதானே இந்தத் தூரிகை நமக்கு வரைந்து காட்டும் ஓவியம்.

இப்படி 'தன்னைத் தானே வரையும் தூரிகை' வரைந்து காட்டும் காட்சிகள் ஏராளம்.

உங்கள் பார்வையை விசாலமாக்கிக் கொள்ளுங்கள். வாருங்கள் ஒரு கவிதைக்கான சித்திரத்தை வரைவோம்.

காய்ந்த நிலா மறுபடியும்
குளிக்கவரும்
வறண்ட இந்தக் குளம்
ஒருநாள் நிரம்பிவிடும்

இங்கே நிலா குளிக்க வந்தால்தான் குளம் நிரம்பும்.

அந்த நிலா ஒரு பெண்ணென்றால் குளம் மனசு ஆகிவிடும். ஒரு காதல் ஓவியம் கவனம் பெறும்.

நிலா செல்வமென்றால் வாழ்க்கைதான் குளம்.
நிலா பிள்ளையென்றால் குளம் தாயாகிவிடும்.
நிலா புரட்சி என்றால் குளம்தான் சமுதாயம்.

இப்படி நீங்கள் இந்தச் சொற்களைத் தூரிகைகளாக்கி உங்கள் ஓவியங்களை வரைந்து கொள்ளலாம்.

தென்னை இருந்தும்
தெருவெல்லாம் மரமிருந்தும்
என்னை வந்து பார்க்கும்
என் ஜன்னல் குருவி

அந்தக் குருவி தென்னையில் அமரவில்லை. தெரு மரங்களில் அமரவில்லை. இவரின் ஜன்னலில் வந்தமர்ந்து நலம் விசாரிக்கிறது. அந்தக் குருவியை என் குருவி என்கிறார்.

உயிர்களிடத்தில் நேசம் காட்டும்போது உறவுகொள்வதில் திணைப் பேதம் இல்லை. காக்கை குருவி எங்கள் ஜாதி என்று சொன்ன பாரதிக்குப் பின்னால் போய் நின்றுகொள்கிறார் கவித்தா.

காட்டுவாசி பூர்வ குடிக்கு
காடுதான் கடவுள்
காட்டுக்கு...... ஆதிக் காட்டுக்கு
காட்டுவாசிதான் கடவுள்

என்ற சித்திரத்துக்குள் அமெரிக்க, ஆஸ்திரேலிய, ஆப்பிரிக்கப் பூர்வ குடிகளின் வரலாறு மட்டுமல்ல, இவர் சார்ந்த ஊட்டி மண்ணின் பூர்வ குடிகளின் வரலாறும் அடங்கிக் கிடக்கின்றன.

அதனால்தான் இவர் தன்னை 'வண்ணத்துப்பூச்சிகளோடு வாழும் வனவாசி' என்று அறிமுகப்படுத்திக்கொள்கிறார்.

குறிஞ்சிச் செடி வேரு
ஊட்டி எந்தன் ஊரு

என்று அடையாளப்படுத்திக்கொள்கிறார்.

மலையும் மலைசார்ந்த இடமும் வாழ்விடமான இவரது வாழ்வின் வெளிப்பாடு,

கவித்தாசபாபதி ● 93

> கொட்டும் மழையின் சத்தம்
> கொர் கொர் என்னும் தவளை
> குழந்தைப்பாட்டு இசையில் உள்ளது
> என் விருட்சத்தின் வேர்

என்று தன்னைத்தானே வரைந்து காட்டுகிறது.

> காடு வளர்க்கிறேன்
> கவிதைக்காடு
> காட்டு மூலிகையை நீங்கள்
> கண்டெடுக்கும்வரை

என்று உழைப்பைத் தனதாக்கி, உற்பத்தியின் தேடலை நம்மிடம் விட்டுவிடுகிறார்.

வாழ்வைப் பற்றிய பார்வையில்,

> ஆசைப்படுங்கள் தோழர்களே
> ஆசைப்படுங்கள்
> ஆசை இல்லாமல்
> புத்தன் தோன்றியிருக்கமாட்டான்

என்று இந்த மனிதகுலத்தை மீட்டெடுக்கும் புத்தனின் ஆசையை நமக்கும் போதிக்கிறார்.

பதின்பருவ சுகத்தை,

> பழைய மாணவன் ஒருவன்
> பார்த்துவிட்டான் தொலைத்த சிரிப்பை
> பையனைச் சேர்க்க வந்த
> கல்லூரி வாசலில்

என்று தொலந்து போன ஒரு சிரிப்பை வரைந்து காட்டி மனதை வசப்படுத்துகிறார்.

எத்தனையோ முறை நவக்கிரகங்களைச் சுற்றும் போது நமக்கு வராத சிந்தனை இவருக்கு வாய்க்கிறது.

> நவகிரகங்களைச்
> சுற்றி வருகிறாய்
> உன்னைச் சுற்ற தவித்துத்
> திகைத்திருக்கும் கிரகங்கள்

ஒவ்வொரு கவிதைக்குள்ளும் ஒளிந்து கிடக்கின்றன உணர்ச்சிகள். அணிந்துரை என்பது காதிலும் கழுத்திலும் தொங்கும் அணியழகாக இருக்கவேண்டும். அதனால் மற்றவற்றை நீங்கள் வரைந்து மகிழ விட்டுவிடுகிறேன்.

எனக்கென்று இல்லை
ஒரு கனவும்
என் கவிதைக்குண்டு
கோடிக்கனவுகள்

என்று, தன்னைத்தானே வரையும் தூரிகையாய் கவித்தாசபாபதி வரைந்திருக்கும் கவிதை ஓவியங்கள் நம்மை நாமே வரைந்து பார்த்துக்கொள்ள கற்றுத்தரும் அனுபவங்கள்.

'தன்னைத் தானே வரையும் தூரிகை' நெஞ்சில் நீங்காத சித்திரங்களை வரைகிறது.

வாழ்த்துகள் கவிஞரே!
அன்புடன்,
அகத்தியன்

தன்முனைக் கவிதைகளுக்கு மகுடம்

கவிச்சுடர்
கா.ந.கல்யாணசுந்தரம்

தமிழக் கவிதை உலகில் குறுங் கவிதைகள் பல்லாண்டுகளாக தனித்துவம் பெற்று அனைவராலும் பாராட்டுகளைக் குவித்தவண்ணம் உள்ளன. இத்தருணத்தில் நவம்பர் 2017ல் தமிழில் 'தன்முனைக் கவிதைகள்' எனும் நான்கு வரி குறுங்கவிதை வடிவம் எளிய விதிகளோடு அறிமுகப்படுத்தப் பட்டது.

தெலுங்கு வடிவ 'நானிலு' வகைமையிலிருந்து சற்று மாறுபட்ட விதிமுறைகள், தமிழ் மொழிக்கு ஏற்ப வடிவமைக்கப்பட்டு 'தன்முனைக் கவிதைகள்' எனும் முகநூல் குழுமமும் தொடங்கப்பட்டது. இந்நாள் வரையில் மூன்றாயிரத்துக்கும் மேற்பட்ட உறுப்பினர்களாகியுள்ளனர். நூற்றுக்கும் மேற்பட்ட கவிஞர்கள் தமது தன்முனைக் கவிதைகளை முனைப்புடன் பதிவிட்டு வருகிறார்கள். இந்த நூலின் ஆசிரியர் கவிஞர் கவித்தாசபாபதி அவர்கள் தமது அறிமுக உரையில் தன்முனைக் கவிதைகள் தோற்றம் குறித்து விரிவாகக் குறிப்பிட்டுள்ளார்.

தன்முனைக் கவிதைகள் வரலாற்றில் இரண்டு தொகுப்பு நூல்கள் மற்றும் இரண்டு தனியர் நூல்களும் இதுவரை வெளியிடப்பட்டுள்ளன. மேலும் பத்து கவிஞர்களின் நூல்கள் தயாரிப்பில் உள்ளன என்பது கூடுதல் செய்தி. புதிய கவிதை வடிவம் அறிமுகப்படுத்திய மூன்று ஆண்டுகளில் பதினான்கு நூல்கள் உருவாகியுள்ளன என்பது வரலாற்று முக்கியத்துவம்கொண்டதாகும்.

'தன்னைத்தானே வரையும் தூரிகை' இந்நூல் தன்முனைக் கவிதைகளுக்கு மகுடமாக அமைந்துள்ளது.

ஒரு கவிஞனின் பார்வை வித்தியாசப்படும் போது இந்த உலகம் அவன் வசப்படுகிறது என்பதுதான் உண்மை. கற்பனை உலகம் அவனுடையது என்று சொல்வதைவிட சிறந்த ரசிகனாகவும் தன்னைத் தானே மாற்றிக்கொள்கிறான் என்பதுதான் நிதர்சனம். கவிஞர் கவித்தாசபாபதியின் இந்தக் கவிதை நம்மை அவரது வசம் ஒப்படைத்து விடுகிறது...

நீர்நிலையில் பாறை மீது
நனைந்திருக்கிறோம்
பறவை தலை துவட்டுகிறது
நீ சிறகுலர்த்துகிறாய்...

பறவை தலைதுவட்ட அவள் சிறகுலர்த்து கிறாள்... அடடா கற்பனைக்கும் அப்பாற்பட்ட ஒரு ஏகாந்தத்தை நம் கைகளில் கொண்டுவந்து தருகிறார் கவிஞர். ஒரு நீர்நிலையில் காதலர்கள் நனைந்தபடி இருக்க அவனது காதலி தனது சிறகினை உலர்த்துகிறாள்... அங்கு ஒரு பறவை தலை துவட்டுகிறதாம். தன் காதலியை சிறகுலர்த்தும் பறவையாய்க் காணும் காதலனின் ரசிப்புத்தன்மையை நமக்கும் கொடுக்கிறார் கவிஞர்.

சில காட்சிகள் மனதைவிட்டு அகலுவதில்லை. மேலும் அக்காட்சிகள் புதிய புதிய சிந்தனைகளை ஏற்படுத்தி நம்மை வழிநடத்திச் செல்லும் ஆற்றலுடையவைகளாக அமைவதும் உண்டு. அத்தகைய பயணிப்பில் கவிஞர் கண்முன்னே காட்சியாய் விரியும் இந்த 'மூங்கில் காடு' கவிதை நம் இதயத்துக்குள் புகுந்து நம்மைச் சில மணித்துளிகள் செயலிழக்கச் செய்கிறது...

புல்லாங்குழலிசை கேட்கும்போதெல்லாம்
பசுமையாய் விரிகிறது
'மாயாறு' நதியோரம் யானைகள்
முறிக்கும் மூங்கில் காடு

மனிதநேயம் மகத்தான ஒன்று என்பதை இந்த மானுடம் அறியும். சிட்டுக்குருவிகள் மனித வாழ்வியலோடு பின்னிப்பிணைந்த பறவையினம் என்றே கூறலாம். முற்றத்து சிட்டுக்குருவிகளைக் கண்டாலே போதும்... நமது துயரமெல்லாம் சிறகடித்துப் பறந்துவிடும். தானியங்களை முற்றத்தில் உலர்த்தும்போதெல்லாம் குருவிகள் கூட்டமாய் வந்தமரும். அவற்றைத் துரத்தியது ஒரு காலம். ஆனால் இப்போது தானியங்களை இறைத்தபோதும் குருவிகள் வருவதில்லை என ஆதங்கப்படும் கவிஞர் கவித்தாசபாபதி அவர்கள் தமது தன்முனைக் கவிதையில்...

காவல் இருந்து முற்றத்தில்
விரட்டியதொரு காலம்
கைநிறைய தானியம் இறைத்தாலும்
காணவில்லை குருவிகள்

என மனம் கசிந்துருகி எழுதுகிறார்.

சுற்றுச் சூழல் மாசுபடிந்து மனிதம் வாழ தகுதியற்ற நிலை உருவாகிறது எனில் அது மனிதம் இயற்கைக்கு மாறாக நடந்துகொள்ளும் செயல் என்று தமது கவிதையில் நறுக்கென்று கூறுகிறார்...

காலங்கள் நடப்பதெல்லாம்
காடுகளின் ஆசிதானே
காடுகளை அதிர வைத்தால்
காலங்கள் நாசம் தானே?

நிலாவின் கீழ் வரைகிறேன்
வறண்ட நதியோவியம்
நிறமற்ற உயிர் கசிந்து
விசும்புகிறது தூரிகை

இப்படியே இவரது தன்முனைக் கவிதைகள் அனைத்தும் வெவ்வேறு கோணங்களில் நம்மைக் கைப்பிடித்து அழைத்துச் செல்கின்றன.

தத்துவப் பார்வையில் கவிஞரின் வரிகள் நம்மைக் கட்டிப்போட்டு உட்காரவைத்துவிடுகின்றன. ஆழ்ந்த சிந்தனைகள் நம்முள் பிரவாகமெடுக்க ஒரு தத்துவக் குளியலில் மூழ்கி எழுகிறோம்.

நிழல் தன் பிம்பத்தை
ஒளியில் பார்க்கிறது
ஒளி தன் பிம்பத்தை
இருளில் பார்க்கிறது

நான் ஒரு நதி
என்மீதே ஓடுகிறேன்
நான் ஒரு நதி
என்னிலே கலக்கிறேன்

கனவுகள் விற்கிறேன்
யாரும் வாங்குவதில்லை
ஆனாலும் என்
கனவுகள் தூங்குவதில்லை

இம்மூன்று கவிதைகள் என்னை வெகுவாகக் கவர்ந்து நீண்டதொரு தத்துவச் சிந்தனைக்கு வித்திட்டன.

தமிழ் மண்ணின் மரபு சார்ந்த வாழ்வு வளமுடையது என்றும் இயற்கை மருத்துவ முறையில் கொடிய நுண்ணுயிரிகளின் தொற்றினைத் தடுத்திடலாம் என்றும் தமது தன்முனைக் கவிதை வழி உணர்த்துகிறார்...

படுத்தும் வெயிலுக்குப்
பழைய சோறு
எல்லாக் கிருமிக்கும்
எலுமிச்சைச் சாறு

'சுழன்றும் ஏர்பின்னது உலகம்' என்ற வள்ளுவரின் வாய்மொழி விவசாயத்தின், உழவர்களின், சிறப்பை எடுத்துக் கூறியதுபோல், உழைக்கும் தொழிலாளர் உலகத்தின் நெம்புகோல் என கவிஞர் தமது கவிதை வரிகளில் சிறப்பாகச் சொல்கிறார்.

பூமி ஒருநாள் நின்றுவிட்டால்
இறைவன் என்ன செய்வான்?
உழைப்பாளர்களைக் கூப்பிட்டு
நெம்பிச் சுழலவைப்பான்

இக்கவிதை நம்மை வெகுவாக உழைக்கும் தொழிலாளர்களை நேசிக்க வைக்கிறது.

தேநீர் அருந்தும் நேரத்திலும் கவிஞர் இயற்கையின் எழிலை ரசிக்கிறார். அதனைத் தன்முனைக் கவிதையாக்கி அர்த்தமுள்ள வாழ்க்கையோடு இணைக்கிறார்.

சிறு கோப்பைத் தேநீரில்
முழு வானம் விழுகிறது
ஒரு கண மனச்சிலிர்ப்பில்
எழில் வாழ்க்கை நிறைகிறது

இப்படி, 'தன்னைத் தானே வரையும் தூரிகை' நூல் முழுக்க இயற்கை, காதல், மனிதநேயம், சமூக அவலம், தத்துவம் என பல தளங்களில் பயணித்து தமது அனுபவ முத்திரையைப் பதிக்கிறார் கவிஞர் கவித்தாசபாபதி.

தூரிகையொன்று தன்னைத்தானே
வானில் வரையும் அழகு
பறவையின் நினைவைச் சுமந்தபடியே
காற்றில் உதிரும் இறகு

என வாழ்வியல் தத்துவத்தை மையப்படுத்திய கவிதையோடு தொடங்கி,

என்னிடமுண்டு யாராலும்
எழுதப்படாத ஒரு கவிதை
எந்நாளும் அதை நான்
எழுதாமல் வைத்திருக்கிறேன்

என கவிஞனுக்கே உண்டான மிடுக்குடன் தமது தன்முனைக் கவிதைத் தொகுப்பினை நம்முள் ஆர்வத்தினைத் தூண்டிவிட்டு முடிக்கிறார் கவிஞர்.

கவிதையை நேசிக்கும் அனைவரது கரங்களிலும் தவழ்ந்து சுவாசிக்க வேண்டிய அற்புத நூல் இது என சொல்லிக்கொள்வதில் பெருமையடைகிறேன். நூலாசிரியர் கவிஞர் கவித்தாசபாபதி அவர்கள் மேலும் பல நூல்கள் படைக்க இனிதே வாழ்த்துகிறேன்.

அன்பன்,

கா.ந.கல்யாணசுந்தரம்

நிறுவனர்,
தன்முனைக் கவிதைகள் குழுமம்,
உலகத் தமிழ் ஹைகூ கவிஞர்கள் மன்றம்.

‘தன்முனை’ வரையும் தாய்நிலப் பறவை

கவிஞர்
கோ.பாரதிமோகன்

கைக்கெட்டிய தூரத்திலெல்லாம் கனிகளைப் பறித்து வரும் கண்களுக்குத் தெரிந்திருக்க வாய்ப்பு இல்லை; வேர்கள் எத்தனை ஆழத்தில் எங்கெல்லாம் விரிந்திருந்து தேனுறிஞ்சுகின்றன என்று.

ஆனால், ஒவ்வொரு கனியின் சுவையிலும் வேரின் நிறத்தையும் அதன் உழைப்பையும் சுவைக்கிற நாவால் உணரமுடியும் என்பதை எவரால் மறுக்க இயலும்?

ஒவ்வொரு மொழியும் இத்தகைய வேர்தான். அந்தத் தருவின் கிளைகளில்தான் காய்த்துக் கனிகின்றன இலக்கியக் கனிகள்.

அப்படியொரு ஆணிவேர்ப் பிடித்து திசைகள்தோறும் கிளைத்த அமுதச் செம்மொழிதான் தமிழ்.

தமிழிலிருந்து கிளைத்துப் படர்ந்த தெலுங்கிலிருந்து கனிந்த ஒருவகைக் குறுங்கனிதான் ‘நானிலு’ கவிதை வடிவம்.

நானிலு, ஜப்பானின் குறுங்கவிதை வடிவமான ஹைகூவைப் போன்றது. ஹைகூ மூன்று வரிகளைக் கொண்டதென்றால் நானிலு, நான்கு வரிகளைக் கொண்டது.

ஹைகூவின் அதே இயற்கைக் குறித்த பண்புகளையும் படிமங்களையும் இக்குறுங் கவிதையிலும் காண இயலும்.

தமிழுக்கு வந்துள்ள இக்கவிதை வடிவம் தமிழில் 'தன்முனைக் கவிதை' என விளிக்கப் படுகிறது.

அதாவது கவிதைகள் தாமே தம்மை முனைந்து கொள்வது என்கிற பொருளிலும் இப்பெயரை ஏற்கலாம்.

கவிதையின் நான்கு வரிகளில் முதல் இரண்டு வரி ஒரு கருத்தையோ காட்சியையோ சுட்டி நிற்க, அடுத்த இரண்டு வரி தனித்தோ மேலிரண்டு வரியுடன் இணைந்து ஒரே பொருளிலோ வரக்கூடும்.

இக்கவிதை வடிவத்தை தற்போது தமிழில் எழுதிக்கொண்டு வருகிற ஒரு சிலரில் கவிஞர் கவித்தாசபாபதியும் ஒருவர்.

இது கவிஞரின் தன்முனைக் கவிதைத் தொகுப்பான 'தன்னைத் தானே வரையும் தூரிகை'.

கவித்தாசபாபதி, தமிழ்மண்ணின் குறிஞ்சி நிலமான உதகமண்டலத்தைச் சேர்ந்தவர் தற்போது கடல் கடந்து, கண்டமும் கடந்து, மேற்கு ஆப்பிரிக்காவில் பணித்தும் வசித்தும் வருகிறார்.

கண்டம் கடந்து பிழைப்புக் கொண்டிருப்பினும் இவரின் உயிரும் உணர்வும் தனது தொட்டில் பூமியான தமிழ்நிலத்தில், உதகையின் மலைக் கிராமங்களில் உலவிக்கிடப்பதை இவரது கவிதைவரிகள் பல உணர்த்தி நிற்கின்றன.

அதற்குச் சான்றாக பல்வேறு காட்சிப் படிமங்களை இவரின் உள இருத்தலாய் தொகுப்பெங்கும் உலவவிட்டிருக்கிறார். அதில் ஓர் ஆதிவாசியின் இதயத்துடிப்பை உணரமுடிகிறது.

ஆழ வேரூன்றியிருப்பினும் சூரியத்திசையில் திரும்பிக்கொள்ளும் மலரான சூரியகாந்தியைப்

போல இவரின் கவிமனம் தன் தொட்டில் திசையை நோக்கியபடியே அலர்த்திருக்கிறது.

அதன் நிரூபமாய் ஒரு காட்சியை,

அப்படி ஒரு ராஜ நடை
அதிலும் ஒரு தவ நெறி
என் மலையூர்த் தெருக்களை
தனிமையில் கடக்கும் காட்டெருமை

என்று எழுதுகிறார்.

என்ன ஒரு கம்பீரக் காட்சி! கவிஞர் இப்போது ஊரில் இல்லை; அவரின் மூச்சுக்காற்றைச் சுமந்த உடல் எங்கோ கடல்கடந்த பூமியில் இயங்கிக் கிடக்கிறது. ஆனால் அவரது மனமோ சொந்த கிராமத்து வீதியை வலம் வந்துகொண்டிருக்கிறது; கம்பீரமாய்..! அப்படியொரு தனித்த ராஜநடையில்!

ஆனால் இது நிஜமல்ல... நினைவுதான்.

நினைவு என்பது நிழல். அந்த நிழலின் கம்பீரக் கருமைதான் இங்கே காட்டெருமையைப் படிமமாக்கிக் கொண்டுள்ளது.

கவிதையில் வரும் தனிமை என்பதும் ஒரு வெறுமையின் உளவியல் குறியீடுதான். எவரும் வாசித்துக் கடக்கும் எளிய வரிகள்தான்; ஆனால் கவிதையின் கனமோ மதிப்பீடு மிக்கது.

தாய்மண்ணின் நினைவு என்பது அத்தனைச் சுகமானது. அது தந்த வாழ்வு துன்பமயமான தென்றாலும்கூட.

எதன் பொருட்டேனும் புலம் பெயர்ந்து வாழ நேர்ந்துவிட்டவர்களுக்கே அது தந்த சுகமும் துயரமும் தெரியும். அவர்களின் இரவு மிக பாரமானது. ஆனால், இருளும் ஒளியும் ஒரே வானத்தில் சூழ்வதைப்போல அந்த இரவே அவர்களுக்கு சுமைதாங்கியாகவும் முதுகு காட்டுகிறது.

கடல் கடந்த தேசத்தில் கவிஞருக்கும் இது நேர்கிறது. ஆனால், கவிஞரோ தன்னையே

இரவின்மீது இறக்கிவைத்து இளைப்பாறுகிறார். பிறகு, விடியலில் இதயத்தின் சிறகு சிலிர்க்க இப்படிச் சொல்கிறார்:

இரவு ஒரு சுமைதாங்கி
அதில் என்னையே இறக்கி வைக்கிறேன்
காலை ஒரு பொற்சிறகு
அதை நாளில் கட்டிப் பறக்கிறேன்:

அந்தப் பொன்விடியலின் ஆனந்தமே இப்படியான கவிதைகளை நமக்குக் கொண்டுவந்து பரிசளிக்கிறது.

அதே பிறந்தமண்ணின் இரவு ஞாபகத்தில் மணக்க, அந்தக் கானகத்துக்காரியின் கழுத்துவரி மின்னுவதை,

தங்க அட்டிகை இரவில் மின்னும்
காட்டுராணிக் கழுத்திலே
தூரத்து மலைச்சரிவில்
இருளர் வைத்த நெருப்பினிலே

என்று சடசடக்க கவிஞரால் முடிகிறது.

மனம் அமைதியுறுகிறபோது ஆன்மாவும் அமைதி பெறுகிறது. அப்போது அது இயற்கையுடன் இரண்டறக் கலந்து அத்வைத உணர்வைப் பெறுகிறது. ஜென் இந்த அத்வைத நிலையிலேயே உதிக்கத் தொடங்குகிறது. ஜென் இயற்கையோடு இணைந்த ஒரு மனோநிலை. அது உள்ளதை உள்ளபடியே ஏற்கிறது. அதனிடம் கற்பிதம் என்பது ஏதுமில்லை.

கவிஞர் கவித்தாசபாபதி, அம்மனோநிலையில் உலவுவதின் சான்றாய் தொகுப்பில் சில கவிதைகள் உண்டு.

அருகிலிருப்பதை தொடமுடியாத ஒன்று தூரத்திலிருப்பது தொட்டுவிடுகிறது. அப்படித் தொடுவதற்குத் தூரம் ஒரு பொருட்டல்ல. அன்பு எல்லா எல்லையின்மையையும் சுருக்கி அகத்துக்குள் உறவு கனியவைக்கிறது.

அப்படியான மனக்கனிவின் போது கவிஞருக்கு கிடைத்த காட்சிதான்,

நிலவை ஒருபோதும்
தொட்டதில்லை விண்மீன்கள்
அதை முத்தமிட்டு முத்தமிட்டு
விளையாடும் நதிமீன்கள்

எனும் தன்முனைத் தரிசனம்.

இயற்கை நம்மை பெருங்காதல் கொள்ள வைக்கிறது. இயற்கையும் காதலும் இறைமையும் ஒன்றுதான்.

இயற்கையையும் இறைமையையும் கொண்டாடுகிற மனம், இசையை விரும்பாமல் போகுமா?

நிச்சயமாக இசையோடு அது இயைந்திருக்கவே செய்யும். ஏனெனில் இயற்கையே ஓர் இசை அல்லவா!

இசை இயற்கையின் சுவாசத் தாளலயம்! அதுதான் இந்த உலகத்தை அந்தரத்தில் நிறுத்தி தாலாட்டிக்கொண்டிருக்கிறது.

மரஞ்செடி கொடிகளனைத்தும் காற்று மீட்டிச் செல்லும் நரம்பிசைக் கருவிகள்.

மனிதனின் விரல்களோ வீணையை மீட்டுகின்றன. வீணையில் உருகும் நாதவெள்ளத்தில் மூழ்கும் பரவசத்தில் அதை மீட்டும் விரல்களில் தேவ அசைவுகள் தென்படுகிறது கவிஞருக்கு. எனவேதான்,

வீணையில் உருகும்
இசையென்ன இசை?
விரல்களில் பாருங்கள்
தெய்வ நடனங்கள்

என தரிசனம் காண இவரால் முடிகிறது.

அன்றாடம் நம் கண்ணில் படுகிற காட்சிகள் அனேகம். எல்லாவற்றையும் நினைவுவைத்துக்

கொள்ள இயல்வதில்லை. கண்ணோடும் எவையும் வந்துவிடுவதில்லை; சில அற்புதங்களைத் தவிர...

அவை நமக்கே நமக்கென நம் கண்ணில் வந்து அமர்பவை. அவற்றில் ஒன்றுதான்,

தென்னை பல இருந்தும்
தெருவெல்லாம் மரமிருந்தும்
என்னை வந்து பார்க்கும்
என் ஜன்னல் குருவி என்பது.

இசை நம்மை எங்கோ கூட்டிச்செல்கிறது.

எத்தனை இறுக்கமான இதயத்திலிருந்தும் இசைக்குக் கண்ணீர் சுரக்கும்.

நாம் பிறப்பதற்கும் முன்பிருந்த இடத்துக்கு இசை நம்மைக் கூட்டிச்செல்கிறது. அதிலும் உயிர்க்காற்றின் இசையான புல்லாங்குழலின் ஒலியோ கேட்பவரை உருக்கி கடவுளாய் வார்த்துவிடும் இசைவடிவம். கவிஞரும் அந்தக் குழலிசையைக் கேட்கிறார். ஆனால் இவருக்கோ,

புல்லாங்குழலிசை கேட்கும்போதல்லாம்
பசுமையாய் விரிகிறது
'மாயாறு' நதியோரம் யானைகள்
முறிக்கும் மூங்கில் காடு

எனும் பசும் வனத்தை நெஞ்சில் படிமமாக்கிக் கொள்ள இயல்கிறது.

அதே வனமும் யானைகளும் நெஞ்சில் நிழலாடும் போது,

முல்லை வனத்தில்
முளைத்தான் ஒரு யோகி
இல்லை வனமென்று
இடம் தேடும் யானைகள்

என்று அரசியலும் எள்ளலுடன் அரங்கேறுகிறது.

கவிஞர் வாழ்ந்த ஆதிநிலம் முழுக்க இன்று தேயிலைத் தோட்டங்கள். தேயிலை, நூறு

ஆண்டுகள் கிளைத்தோங்கும் மரவகையைச் சேர்ந்தது. ஆனால், மனிதப் பேராசையோ அதன் உயரத்தையும் ஆயுளையும் கிள்ளிக்கிள்ளி தம் புத்திச்சிறுமைபோல் குறுந்தாவரமாய் குறுக்கிவிட்டது.

தேயிலையைக் கிள்ளி உழைக்கும் தோட்டத் தொழிலாளர்களையும் அது உழைப்பின் பெயரால் கிள்ளி வைத்திருக்கிறது.

ஆனால், தேயிலைச் செடிகளோ... எஜமான விசுவாசம் மிக்கவை. அவை தம்மைக் கொய்யும் விரல்களின் மீது ஒருபோதும் கனிவு கொள்வதில்லை; தம் எஜமானர்களைப் போலவே..!

இந்த அவலத்தை,

தோட்டப் பெண்டிரின்
தேநீர் தாகம்
தீர்க்கவில்லை ஒருநாளும்
தேயிலைச் செடிகள்

என்று கவலைப்படுகிறார்; கவனமும் படுத்துகிறார். அதேசமயம் கடின உழைப்பை மேற்கொள்கிற உடலுழைப்புத் தொழிலாளி தன் பணியை ஓர் அனாயசமான உத்தியோடுச் செய்து முடிப்பதை,

காட்டுப் பாறைகளுக்கு வேட்டுவைத்து
கருங்கற்கள் செய்கிறான்
அந்த முனிசாமிக்கு பற்றவைக்க
ஒரே ஆயுதம் பீடிதான்

என்று கவிஞர் கண்முன்னே காட்சியைக் கடத்த முனைகிறபோது வியப்பு மேலிடுவதை தவிற்பதற்கில்லை.

இயற்கை, தாய்மண், அரசியல் என எழுதிவரும் கவிஞருக்குத் தத்துவார்த்தப் பார்வையும் கைகூடி யிருக்கிறது. எனவேதான்,

மலர்கள் இங்கே
மௌனம் சாதிப்பதில்லை
பறிக்க வரும் விரல்களுக்காகப்
பாவமன்னிப்பு கேட்கின்றன

என சுட்டுகிறார். வாசிப்பவரை இந்த வரிகள் ஆழ்ந்தத் தத்துவப் புரிதலில் பயணிக்கவைக்கும் என்பதில் ஐயமில்லை. அதுபோலவே,

கனவுகள் துரத்தாத
தூரத்து உறக்கம்
காட்டுமரம் பூத்தூவும்
கல்லறை வசந்தம்

எனும் தத்துவார்த்தம் மரணத்தையும் அழகுறச் செய்கிறது. மரணத்தை அழகானதாய்க் காண்பதற்கு மனம் பக்குவப்பட்டிருக்க வேண்டும். கவிஞரின் இந்த வரிகள் அந்த ஞானத்திற்கானத் தூண்டுகோல்.

இங்கே எந்த உயிரியும் தனித்ததில்லை. இயற்கையின் ஒரு சில விதிவிலக்கைத் தவிர அது ஆண், பெண் எனும் இருபாலைக் கொண்ட ஒரே கட்டுதான்.

எங்கும் எதிலும் இவ்வியற்கை நீக்கமற நிறைந்திருக்கிறது.

இது உயிரியலின் இறையாண்மை. கற்களிலும் புற்களிலும்கூட இப்பண்பு திரிவதில்லை. கண்டடைய ஒருவருக்கு ஞானப்பார்வையே அவசியம். இதைத்தான்,

என் முகத்தில் சில
குங்குமக் கோடுகள்
சேவலின் அலகில்
பெட்டையின் இறகுகள்

என படைப்பின் பண்புமிக்க அழகிய தரிசனத்தைப் பெறுகிறார்.

மூல விக்ரகத்துக்கு
நினைவில்லாமலா இருக்கும்
தன் கண்திறந்த
சிற்பியின் விரல்கள்

ஆச்சரியம் இல்லைதான்; ஆனால் எத்துணை அழகு!

மண்ணுக்குள் புதைத்தாலும் விதைத்த விரல்களின் ரேகை விதையில் படிந்திருப்பதை படம்பிடித்துக் காட்டுகிறார் கவிஞர்.

பிரியத்தின் ரேகை, விதையினில் மட்டுமா படிந்திருக்கிறது? மலரினில் மணமாய், கனிதனில் சுவையாய் அவை இனித்திருக்கவில்லையா!

இயற்கை எல்லாருக்குமானது எல்லாவற்றுக் குமானது. அனைத்துயிர்களுமே இங்கு இயற்கையோடு இயைந்து வாழ தலைப்பட்டவை. பிறவற்றைப் பற்றி இங்கு வினா எழுப்பத் தேவை யில்லை. ஏனென்றால் அவை இயற்கையுடனே எக்கணமும் இணைந்திருக்கின்றன.

மனிதன் மட்டுமே இயற்கையை விட்டு வெகுதூரம் விலக முனைகிறான். அதனால் அவன் பல்வேறு சிக்கல்களுக்கு உள்ளாகிறான். பிறகு வாழ்வின் மீது நம்பிக்கையற்றுத் திரிகிறான்.

ஆனால் இயற்கை அவனுக்கு தாயன்போடு நற்செய்திகளையும் நம்பிக்கையையும் வழங்கிக்கொண்டே இருக்கிறது. இவற்றை அது பருவ காலங்களால் உணர்த்திச் செல்கிறது.

அப்படியான ஒரு காட்சியை நம்பிக்கையின் பக்கம் திருப்பி சோர்ந்த இதயத்தில்,

காய்ந்த நிலா மறுபடியும்
குளிக்க வரும்
வறண்ட இந்தக் குளம்
ஒருநாள் நிரம்பிவிடும்

என்று நன்னம்பிக்கை தெளிக்கிறார்.

தாகம் உள்ளவரை தேடல் இருக்கும்; அது கண்டடைதலுக்குப் பிறகும் மீண்டும் ஒரு தேவையிலும், அதுகுறித்தான தேடலிலும் பயணித்தபடியே இருக்கும். அந்த ஜீவ தேடல்தான் மனிதனை இன்னும் உயிர்ப்போடு வைத்திருக்கிறது.

கவிஞரிடமும் எதிலும் திருப்தியுறாத அத்தகைய தேடல் உண்டு. அந்தத் தேடல் ஒரு தீராப்பசி. அதைத்தான்,

என்னிடமுண்டு யாராலும்
எழுதப்படாத ஒரு கவிதை
எந்நாளும் அதை நான்
எழுதாமல் வைத்திருக்கிறேன்

என்கிறார், கவிஞர்.

கவித்தாவின் இந்தத் தேடலும் பயணமும் இனிதே தொடரட்டும்.

'தன்முனை' வரிகளாக இந்தத் தூரிகையைத் தீட்டியிருக்கும் தோழமைக்கவியின் சிறகுகள் திசைகளைக் கடந்தும் விரியட்டும்.

வாழ்த்துகளுடன்
கோ.பாரதிமோகன்